கனவு வசப்படும்

நூலாசிரியர்
முனைவர் அ.அப்சர்

தொகுப்பு
ஒலி எழுப்புத் தோழமை

aelay
publish

கனவு வசப்படும்
கவிதை
ஆசிரியர் : அ.அப்சர் ©
முதல் பதிப்பு : ஆகஸ்ட் 2022
வெளியீடு : ஏலே பதிப்பகம்
5/175, பாத்திமா நகர், கூத்தென்குழி,
திருநெல்வேலி - 627104
தொடர்புக்கு : +91 9944992571

Kanavu Vasapadum
Poetry
by Apsar A ©
First Edition : August 2022
Pages: 87 Price : ₹ 130
ISBN : 978-93-5533-494-7
Aelay Publish
Contact : +91 9944992571
Designed by : Aelay publish team

என்னுரை

இளமைக்கே உரிய இனிய உணர்வுகளைக் கனவுகளாகவும் , கனவுகளை நினைவுகளாகவும் , கொண்டு வந்த மாபெரும் தமிழத் தலைவர்கள் , அறிஞர்கள், கவிஞர்களின் பல படைப்புகள் வலம் வந்து கொண்டிருக்கும் வேளையில் என் கற்பனை வரிகளை உங்களுக்காகவே எழுதுகிறேன் . என் கற்பனைகளை வரிகளுக்குள் புதைத்து காகிதங்களில் எழுதி வைத்த " காகித சிறுக்கல்களை " ஒன்றாக்கி கவிதை தொகுப்பாய் வெளியிட்டிருக்கிறேன் .

காதல் எனும் பூக்கள் மலராத வரை நமது வாழ்க்கை இன்பமாகத்தான் இருக்கும் , அப்பூக்கள் மலர்ந்து விட்டால் ஏற்படும் மாற்றங்களை கலையாத கனவுகளைக் கண்டு உதிராத நினைவுகளாய்... கிறுக்கியுள்ளேன் .

காதலைச் சொல்லாதவன் கவிஞன் இல்லை . காதலை மட்டுமே சொல்லியவனும் கவிஞன் இல்லை என்ற வாக்கியத்திற்கு உறுதுணையாக தொகுப்பை தொகுத்திருக்கிறேன்.

இன்று உங்களின் விழி மேடைகளில் அரங்கேற்றம் . விழிகள் இமைகளை சுமந்ததை விட இதயம் கவிதைகளைச் சுமந்த கணங்கள் அதிகம் என்றே உணர்வேன் . உங்கள் விழிமுன் கவிதை வானில் சிறகடிக்கும் என்ற நம்பிக்கையில்.

முனைவர்

அ.அப்சர்

வாழ்த்துரை :

இக்கவிஞர் மண்ணில் இருந்தபடியே விண்ணில் பறக்க , புதுக்கவிதைகள் இறக்கைகளாகின்றன . தன் எண்ண உணர்வுகளைப் புதுக் கவிதையாய் எளிமையான பண்பில் எழுதியுள்ளார் .

கவிஞன் தான் வாழும் இந்த வாழ்க்கையிலேயே கவிதையைத் தேடியுள்ளார் . தன் உணர்ச்சிகளையும் , உணர்வுகளையும் உதிராமல் இருக்க கவனமாய் காகிதத்தில் பதிவு செய்துள்ளார் . மறுபுறம் வாழ்க்கை என்னும் பெரும் மரத்தில் சோகம் , துன்பம் , துயரம் , கண்ணீர் என்னும் சிறகுகள் உதிர்ந்து கொண்டு தான் இருக்கின்றன .

அவ்வாறு ஒவ்வொரு பொருளும் ஒவ்வொரு இடத்தில் காதல் கொள்வது இயல்புதான் . காதலிக்கும் போது காதலன் ஞானியாகிறான் , காதலி தேவதையாகிறாள் ,

நமது வாழ்க்கையில் காதலிப்பது , காதலிக்கப்படுவது எல்லாமே இளமையின் இனிய வரங்கள்தான் அவை சாபங்கள் ஆகும்போது ஆறுதல் வார்த்தைகளால் தனக்குத்தானே மனதிற்கு ஒத்தடம் கொடுத்துக் கொள்வதுண்டு .

மனதில் சுமந்த சோகங்களைக் கவிதையாய் உருமாற்றிய கவிஞனின் திறன் நூலில் உண்டு . இக்கவிதைத் தொகுப்பை வாசிக்கும் ஒவ்வொருவரும் தம் இளமைப் பருவங்களை நிச்சயம் புரட்டிப் பார்ப்பார்கள் .

காதல் என்னும் பாலையைக் கடந்து சோகம் , துன்பம் , கண்ணீர் என்னும் நதிகளை இணைத்து நினைவு என்னும் கடலில் சங்கமிக்கிறது இக்கவிதைத் தொகுப்பு .

என்றும் அன்புடன்

முனைவர்.பா.உசேன் கான்
உதவிப்பேராசிரியர்
புதுக்கல்லூரி (தன்னாட்சி)
சென்னை -14

வாழ்த்துரை :

காதலின் நறுமணத்தை வேதனைகளால் மிளிரச் செய்தான் மிர்சா காலிப் ' என்ற கவிஞன். அவ்வகையில் எமது பேராசிரியர் முனைவர் . அ.அப்சர் , காதல் வேதனைகளை இங்கே கவிதைகளால் மிளிரச் செய்கிறார்.

இதில் உள்ள கவிதைகள் ஒவ்வொன்றும் உயிரோவியங்களாக நடனமாடுகின்றன . இளைய காதலர்களின் எண்ண உணர்வுகளை வெளிப்படுத்தும் இத்தொகுப்பு , அமைதியான இதயங்களையும் கரைக்கும் காவியம் எனலாம்.

இவர் தமிழ்மீதும் தமிழ் மண்மீதும் தாளாதப் பற்றுள்ளவர் என்பதை இவரது கவிதைகளே சொல்கின்றன . இவரது எழுதுகோல் இனி சமூக அவலங்களையும் கோடிட்டுக் காட்டும் என்பதில் ஐயமில்லை . மேலும் பல படைப்புகள் படைத்து கவிதை வானில் சிறகடிக்க இந்தக் காதல் குயிலுக்கு என்னுடைய வாழ்த்துக்கள்.

முனைவர். **எம்.ஜெய்லானி**
மேலான் முதன்மையர்
முகமது சதக்
கலை அறிவியல் கல்லூரி
சோழிங்கநல்லூர்
சென்னை – 119

வாழ்த்துரை

வளரும் தலைமுறையின் வார்த்தைகள் துடிப்பானவை சற்று கொதிப்பானவையும்கூட . ஆனால் காதல் மட்டும் என்றும் மாறாதது மாற்றமில்லாதது . ஒழிக்கக் கூடியது . முனைவர்.அ.அப்சரின் இத்தொகுப்பும் அப்படியே கண்கள் பேசும் காதலை . கவிதையில் வடிப்பது கவிஞனுக்குக் கைவந்த கலையாம் . இவரின் உணர்வுகளால் கவிதைகளும் கண்ணீர் வடிக்கின்றன.

காதலால் புகழடைந்த காவியங்கள் பல, காதலுக்குப் புகழ்சேர்த்த காவியங்களும் பற்பல , காதலை ஓவியமாக்கியோர் சிற்சிலரே . இவரின் சொற்களில் காதல் ஓவியமாகிறது .

முனைவர்
கோ.பிரியா ரமேஷ்

1

ஆம்....
எந்தன் கனவும் வசப்படும்...
அன்பே!
உன்னை....
நித்தம் நித்தம் அல்ல
ஒரு முறை
ஒரே ஒருமுறை
சந்தித்தால் கூட....

♥

2

அன்று....

கனவில் கண்ட காட்சிகள்

இன்று....

காட்சிகளால் என் நினைவில்

❤

३

விண்ணில் பிறந்தவளே!
உன்னைக் காணவேண்டும்
என்றும்
என் உள்ளத்து
ஆரா தனையை
நீ அறிவாயா?

❤

4

மண்ணில் பிறந்தவன் தான்
நான்!
முற்றுப்பெறா
எந்தன் ஆசைகளுக்கு
முற்றுப்புள்ளி
இட்டிடுவாயோ?

❤

5

கோடியில் வளர்ந்தவள்
நீ!
கோடியில் வந்தவன்
நான்!
உன்னைத் தொட
எனக்கு உயரம் போதாது....
உண்மை தான்....
ஆதனால்
என் உள்ளத்து உணர்வுகள்
அடங்கிவிடுமா என்ன?
அடங்காது பெண்ணே!
அதனை நீ
அறியாயோ?

❤

௬

எந்தன் கனவில்
உந்தன் நினைவுகளின் ஊர்வலம்....
அதனால்
தினம் தினம்
உள்ளம் படும் போர்க்களம்!
பெண்ணே!
கனவில் நீ வசப்படும் (வசப்பட்டு)
என்னுள்
சிலையாய் நின்றுவிட்டாய்!
ஆனால்....
இந்தக் கனவுகள்
நனவாவது எப்போது?
காத்திருக்கிறேன்....
என் கனவும்
வசப்படும்!
இன்றில்லா விட்டாலும்
என்றாவது ஒருநாள்....

♥

7

உன்னை நீ
தொலைந்து விட்டு
என்னுள் தேடுகிறாய்!
ஆனால்....
நானோ கண்ணில்
தேடுகிறேன்
விழியோரமாய்....

௪

தூக்கம்
என்பது சிறிய மரணம்....
மரணம் என்பது பெரிய தூக்கம்
இந்த தூக்கத்தை வரவேற்க என் கையில்
மலர் கொத்துடன்....

❤

௧

மறக்க நினைக்கிறேன்
அந்த மறதியாலும்
உன்னைத் தான்
நினைக்கிறேன்....

❤

10

மறதியில்
வாசப்படியில் (மரணப்பிடியில் கூட)
அவளின் வாசம் தான்
சுவாசிக்க நினைக்கிறேன்

❤

11

உன் இதயத்தில்
என் நினைவுகள்
இறைச்சலாக இருந்தால்!
என் சுவாசக் காற்றை
நிறுத்தி விட சம்மதம்!!!

❤

12

உன் சன்னிதானத்தில்
வந்து சரணடைந்தும்
ஏன்? பெண்ணே!
காதல் வரம்
தர மறுக்கிறாய்?

13

வரம் தர
விருப்ப மில்லையா
சாபங்களையாவது
கொடு – செத்தாவது
தொலைகிறேன்.

❤

14

காதல்
தெய்வமே
உனக்கு – காணிக்கையாக
என்னிடமிருந்து – எதை
எதிர் பாக்கிறாய் - சொல்

15

மறந்து விட்ட
உன்னை நினைத்து – நான்
வருந்த வில்லை
என்னை மறக்கச் செய்த
அந்தப் பொல்லாத – மனதை
நினைத்து தான் வருந்துகிறேன்.

❤

16

புள்ளி வைத்தாய்
கோல மானேன்
தள்ளி வைத்து விடாதே
அலங் கோலமாகி விடுவேன்!

17

அன்பே!
நீ சிரித்து விட்டுச்
செல்லும் சில....
மனித்துளிகளுக்காக

எங்கோ ஒரு டேசன்
புகை வண்டியாய் நிற்கிறேன்!
கண் விழித்துப் பார்ப்பாய்யா!
என்று....

❤

18

கவிதை எழுதினேன்!

காதலிக்கு...

பேனாமையின்

கடைசித் துளிவரை!

கவிதை வரவில்லை

என் கண்மணியின் முகம் தான் வந்தது!

௧௯

முகவரி மட்டும்
எழுதினேன்!
வெற்றுக் காகிதத்தில்!
கிழித் தெரியப்பட்டு குப்பையாய்
சென்ற என்முதல் காதல்

20

முகவரியை
வாங்கிக் கொண்டு
முகத்தை மறந்து விடாதே!
உன் எழுத்தின் வடிவில்
உன் முகத்தை பார்க்கிறேன்....

21

இயற்கையின் சீற்றத்தால்...
இறைவன் தந்த வரம் நீ...
நினைவுகள் ஆயிரம் ஆனால்
நிம்மதிகள் இல்லை....
காற்றில் தூசு பறக்கலாம்...
காதல் பறக்காது...
காதல் என்பது ஒரு வேதம்....
ஆதை கலங்கம் செய்திடாதே...
என் நினைவுகள் பெரிது....
புத்தம் புது தென்றலாகவும்...
பூமிக்கு புதிதாகவும்....
கண்கள் காணாத காட்சியாகவும்
கற்பனை அல்லாத ஓவியமாகவும்...
கவிஞர் எழுதாத காவியமாகவும்...
கடமைக்கு உரியவளாகவும்
கண்ணிகளுக்கு இளையவளாகவும்
காற்றே நுழையாத இடமாகவும்
உன்னை எண்ணியிருந்தேன்...
என் சிந்தனையின் சீற்றமே!
இந்த சிற்பியின் ஓவியமே!

என் ராஜ்ஜியத்தின் ராணியே!
என் இன்பத்தின் அமுதச் சுரப்பியே...
பேசத் துடிக்குது கண்கள்...
பேச முடியாத ஞானங்கள்
சொர்க்கத்தில் ஓர் நரகம் போல்
என் இதயத்தின் பூத்த மலரே
என்னைப் பற்றி சிந்தனை இல்லையா?
கடலுக்கு அலையாய்
கண்களுக்கு காட்சியாய்....
உனக்கு நானாய்....
நான் வாழும் வாழ்க்கை
ஆண்டவன் மழைவரம் கொடுக்கிறான்...
நீ கண்ணீர் மழை கொடுக்கிறாய்...
நீ தரும் இந்த மழையானது - கூட
எனக் கொரு சந்தோஷம்...
துக்கத்திலும் நீ
நடந்து செல்லும் பாதையிலும் - நீ
எங்கும் நீ எதிலும் நீ....
18 வயதில் எனக்கு இந்த நிலையா...
உன் கற்பனையில் வாழும்...

இந்த காமச் சூத்திரனின் காதல் லீலையை
புரிந்து கொள்
கண் சாடையிலும் கை சாடையிலும்...
நீ இருந்து என்னை...
அனுவனுவாக கொள்கிறாய்...
உன் இனிய குரலை கேட்க...
சந்தர்பம் இல்லையா?
நீ என் நினைவு இல்லாமல் இருக்கலாம்
இமயம் சாயும் வரை...
சூரியன் மேற்கே உதிக்கும் வரை
இடி இடிக்காமல் இருக்கும் வரை
கடல் அலை ஓயும் வரை
என் உயிர் உள்ள வரை
உன் எண்ணம் தான்
இனி நான் என்ன சொல்வது கண்ணே...
புரிந்து கொள் பெண்ணே!
இனிய மலர்கள் மலரட்டும்
இதயத்தை திற பெண்ணே!

♥

22

நிலவை
மூடும்
மேகம் போல
நீ
எட்டிப்பார்த்து
சிரிக்கும் போதெல்லாம்
உன்...
முகத்தை மூடுவது
ஏன்?

❤

23

உன் முகம்
காண எட்டிப்பாத்தேன்
அப்போது தெரிந்தது
பிறை நிலா...
ஏன் என்று ஆராய்ந்துப்
பார்த்தப் பின்பு தான்
தெரிந்தது
முழு நிலவாக தெரிவதற்குள்
மேகத்துக்குள் மறைந்து விட்டாய்...

❤

24

உன்னைக் காணத் துடிக்கும்
என் கண்களுக்கு நான் என்னச் சொல்லி
புரிய வைப்பேன் இந்த உலகில்
நீ இல்லை என்பதை...

❤

25

கவிதை எழுதக் கற்றுக் கொண்டேன்
உன்னால் கண்ணீர் சிந்தவும்
கற்றுக் கொண்டேன். அதுவும் உன்னால்
நிறுத்த மாட்டேன் இவ்விரண்டையும்
நீயே வந்து தடுக்கும் வரை....

26

சாரளத்தின் ஓரத்தில் நான் அமர்ந்து
இருக்கிறேன்
தென்றல் வீசும் போதெல்லாம்
உன் நினைவு...
என் கண்ணங்களை தீண்டும் காற்று - நீ விட்ட
மூச்சுக் காற்றாக
இருக்கக் கூடாதா என்கிறதே...

❤

27

தினம் தினம்
உன்...
விடியலுக்கு முன்பே
வண்ணத்துப் பூச்சியின்
வண்ணங்களை போல
இன்றைய விடியல்
எனக்கு எனறு எண்ணி...
உன் இதழ் விரித்து
நன்றி சொல்....
இறைவனுக்கும் பெற்றோர்க்கும்...

28

உன்னை

பார்த்ததாலே - நான்

என்னவோ

உன்னிடம் பேச நினைத்தேன்...

௨௯

உன்னை மறக்கத் தான்
நினைக்கிறேன்...
ஆனால்
மறக்க மறுக்கிறது – என் மனம்
ஏனோ உன் கண்ணில்
மழலை சிரிப்பு தெரிவதாலே....

❤

30

நான்
உனக்காக
குழந்தை பெற்றுத் தந்தாலும்
என்னைத் தாயாகப் பெற்றது
நீ தான்....

31

காதல் தேர்வில்
நானும் அவளும் கேட்கப்பட்ட
ஒரு மதிப்பெண் வினாக்கள்
முதலில் என் வினாத்தாளில்....
சரியான விடையைத் தேர்ந்தெடுத்தலில்
அவளைத் தேர்ந்தெடுத்தேன்
கோடிட்ட இடங்களை
நிரப்புதலில்
அவள் பெயரை நிரப்பினேன்
பொருத்துதலில்
என் பெயருக்கு நேரில்
அவள் பெயரை பொருத்தினேன்
சரியா தவறா
என்பதில்
அவளைத் தேர்ந்தெடுத்து
சரி என்று டிக் செய்தேன்.

அருகில்
இருந்த அவளின்
வினாத் தாளைப் பார்த்தேன்
அவள் கையில்
வேறொரு வினாத்தாள்
தேர்வை இருவரும்
சரியாகத் தான் எழுதினோம்
அவள் தேர்ச்சி பெற்றாள்
நான்....?

❤

32

வானிற்க்கு வண்ணம் தந்தாள்
மலர்களுக்கு வாசம் அளித்தால்
காதலுக்கு உயிர் தந்தாள்
எனக்குள் ஓர் உறவை வளர்த்தால்
காதல் உறவை தந்து
பட்டாம் பூச்சி போல் சுற்றவைத்தால்
அவள் தந்த காதல் உறவில்
சிறகடித்து பறந்தேன்
பார்க்கும் சித்திரங்களில் அவள்
உறவை வளர்த்தது
இந்த உறவுகள் தந்தவள்
அவள் உறவுகளை மட்டும் தரவில்லை
அவள் தந்த உறவுகள் கற்பனையா
இல்லை காதல் சுமைகளா....

❤

௩௩

சிறைக் காவியம்

திலகர் "கீதை ரகசியம்" என்ற நூலை
எழுதியது
சிறையில் தான்...
ஹிட்லர் "மெயின் கேம்ப்" என்ற நூலை
எழுதியது
சிறையில் தான்...
கலைஞர் "மணி மகுடம்" என்ற நூலை
எழுதியது
சிறையில் தான்...
நானும் சமர்ப்பணம் என்ற நூலை எழுதியது
உன் இதயச் சிறையில் தான்....

♥

34

வான் இன்றி நிலவில்லை
நிலவு இன்றி அழகில்லை
பூ இன்றி காய் இல்லை
காதல் இன்றி சுகமில்லை
நீ இன்றி நானில்லை....

❤

35

நீ!
தானத் தோடும் நிம்மதியோடும்
நான் நானாகவே இருந்தேன்
நம் சந்திப்புகளுக்கு முன்!

36

நீ!
வாசலில் போட்ட
கோலத்திற்குள் சிக்கியது
புள்ளிகள் மட்டுமல்ல — என்
இதயமும் தான்!

❤

37

காதல்!
நிலவினில் அழகாகவும்
நட்சத்திரங்களில் ஒளியாகவும்
மலர்களில் வாச மாகவும்
வார்த்தைகளில் அர்த்தமாகவும் இருக்கிறது.
காதல் நீராகவும்
நாம் மீனாகவும்
காதல் உயிராகவும்
நாம் உடலாகவும்
காதல் மேகமாகவும்
நாம் மழையாகவும்
காதல் காற்றாகவும்
நாம் இதயமாகவும் இருக்கின்றோம்!!!

௩௮

அன்போடு பார்த்த என்னவளின் பார்வையே
என காதல் பயிருக்கு வார்த்த நீராயிற்று!!

❤

௩௯

அன்பே!
உன் கூந்தலில் இருந்து
உதறிய ஒற்றை ரோஜா
உனக்காக வாங்கிய
பயணச் சீட்டு இவற்றை எல்லாம்
சேமித்தாலும் சிறந்த
சேமிப்பாக நான் கருதுவது
உன் புன்னகை தான் பெண்ணே!

❤

40

உடல் இருக்கும் வரை உயிர்
உயிர் இருக்கும் வரை உணர்வு
உணர்வு இருக்கும் வரை – நான்

❤

41

கண்டும் கேட்டும் உண்டும் மோர்ந்தும்
தீண்டியும் அறிகின்ற – ஐம்புல இன்பங்கள்
ஒளி வீசும் - விழிகளை கொண்ட என்னவள்
ஒருத்தியிடத்தில் தான் உள்ளது...

❤

42

உன் வசந்த காலத்தில்
மலராக மட்டுமல்ல - உன்
இலையுதிர் காலத்தில் வேராக
இருக்க சம்மதமே.....

❤

43

நிலவும் அழகுதான் - உன்
பிறை வெற்றி காணாத வரை
ஓவியமும் அழகுதான் - உன்
கையெழுத்து காணாத வரை
காதலும் அழகுதான் - நீ
என்னை கைவிடாத வரை!!!

44

அன்பே!
உன்னை மறக்க நினைத்தேன்
மறந்து விட்டேன் - உன்னை
மறக்க நினைத்ததை....

45

சூரியனைப் போல் வெளிச்சம் இல்லை
நிலவைப் போல் அழகும் இல்லை
உன்னைப் போல் ‘துரோகியும்’ இல்லை
என்னைப் போல் ‘ஏமாளியும்’ இல்லை
மனிதனின் முகம் வானவில் போன்றது
கொடூரமும் அழகும் நாம் பார்க்கும்
பார்வையில் அதனால் தான் பெண்ணே!
உன் பார்வைக்கு நான் வில்லனாக
தெரிகிறேன்....

❤

46

அன்பே!
உனக்காக காத்திருந்த போது தான் - நான்
காத்திருத்தலையும் காதலித்தேன்
இது என்ன கொடுமை உன்னை
நினைத்திருந்தால் இரவு பொழுதும்
பகல் பொழுதுமான காலங்கள்
செல்வதே தெரியவில்லை இதுவும்
உன் அற்புதம் தானே.

❤

47

நிலவென்று தான் கண்மணியே
உன்னை நினைத்தேன்
தொட்ட பிறகு தான் தெரிந்தது
உன்னுள் சூரியனையே
பொசுக்கி விடும் ‘தீபம்’ இருப்பது....

48

கத்தி மாதிரி கண்கள்
என்றேன் - என்
இதயத்தின் மீது தான் தீட்டிப்
பார்க்கப் போகிறாய் என்பது
தெரிந்து கொள்ளாமல்....

♥

49

வீணாக ஏன்
திறந்து வைத்திருந்தாய்
உன் விழி வாசலை
இன்று கனமழை என் இதயத்தில்....

❤

50

என்!

கவிதையோ “இறக்காமலும்”

என்னோடு “இருக்காமலும்” இருப்பவர்களுக்கு

கவலைப்படுகிறது....

❤

51

ஒரு ஜோடி சிறகுகள்
வேண்டும் - என்றேன்
உல்லாசமாக உன்னோடு
பறப்பதற்கு அல்ல!
தொலை தூரம் போய்
உன்னை மறப்பதற்கு....

❤

52

சிரிப்பு என் சிநேகிதி
கண்ணீர் தான் என் காதலி....

❤

53

எனக்குத் தெரியும்
நீ விரும்புவது என்னையல்ல
என் கவிதைகளை தான் என்பது
ஆனால்!
உனக்குத் தெரியுமா
உன்னை விரும்புவது
என் கவிதைகள் அல்ல நான் தான் என்பது....

❤

54

சொர்க்கத்தின்!

விலாசத்தைப் போய்

விசாரித்தேன் - அவள் தான்

“சொர்க்கம்” என்பதை

அறிந்து கொள்ளாமல்....

❤

55

உன்னுடைய உதடுகள்
உச்சரிக்கும் வரை - நான்
உணர்ந்த தில்லை....
என்னுடைய பெயர் இத்தனை
அழகாய் இருக்கிறதென்று!!!

❤

56

உன்னை நினைக்கும் எந்தன்
இதயம் என்னிடத்தில்
இல்லை நீ என்னை
நினைக்கும் போது என்
உடலில் உயிர் இல்லை
இது தானா காதலின் லீலை காதல் ஒழிக!

57

கனியு மென்றே
காத்திருந்து - இன்று
காணவாம் என் காதல்....

❤

58

என் தாயின் துளி கண்ணீர்

மாற்றியது என்னை

தீய பழக்கங்களுடன்

உன்னையும் மறக்கச் சொல்லி நன்றி

அந்த துளி கண்ணீருக்கு!!!

௬௯

உன் கண்களை விரும்புகிறேன் - தினம்
என்னை பார்ப்பதால்
உன் இதழ்களை விரும்புகிறேன் - தினம்
என் கவிதை வாசிப்பதால்!
உன் இதயத்தை வெறுக்கிறேன் - அதில்
வேறொருவன் இருப்பதால்....

௬௦

உறக்கம் தொலைந்து
வெகு நாளாயிற்று!
கனவுகள் காண்பதே
வழக்க மாயிற்று!
தனிமையில் சிரிப்பதே
இனிமையாயிற்று!
எங்களை பற்றி பல
வதந்தி உலவாயிற்று!
இருந்தும் என்ன - நாங்கள்
இன்னும் பேசவில்லை
காதலிப்பது பற்றி....

௭௧

நில் - அவள் அருகில்

கவனி - அவளது கண்களை

செல் - அவளது இதயத்திற்குள்

❤

62

அன்பே!

உனக்கு

பணம் இருக்கு

புகழ் இருக்கு

காதல் இருக்கு

அண்ணன் இருப்பதை

மறைத்து விட்டாயே!!

❤

63

நெஞ்சில்!

ஈரமில்லை என்றால் என்ன

கண்களில் இருக்கின்றதே!

❤

64

உன் நேசத்தை
சுவாசமாக நினைத்தேன்
நீயோ என் பாசத்தை
வேசமாக நினைத்தாய்
வாடுவது எந்தன் நெஞ்சம்
நிம்மதி கிடைக்குமா கொஞ்சம்....

65

அன்பே!

நீ கூறி கவிஞன் ஆனேன்

நீ கூறி பாடகன் ஆனேன்

நீ கூறி படிப்பாளி ஆனேன்

நீ கூறி செல்வந்தன் ஆனேன் ஆனால்

நான் கூறாமல் மனைவி ஆனாய்

நீ என் - நண்பனுக்கு....

“

எதை வாசித்தாலும்

அங்கு வரிகளாக

வந்து நிற்பது

நீ பேசும்

வார்த்தைகளே....

❤

67

உன் நினைவுகளாய்

நான் வாழ விரும்பவில்லை

உனக்கு நினைவு

இருக்கும் வரை

உன்னில் வாழ விரும்புகிறேன்....

68

கடிகாரமாய் நீயிரு

நொடி முள்ளாய்

உனை தொடர்ந்தே

நானிருப்பேன்...

௬௭

சற்றே நீ

விலகினாலும்

இருளாகுது என்னுலகம்...

❤

70

உன்னை மலரென்றேன்

யாரோ பறித்துக் கொண்டார்கள்

இன்று உனக்காக நான் மரணத்தை நோக்கின்றேன்....

காதல் தோல்வியால் பெண்ணே இப்பொழுதாவது....

என் உடலுக்கு இறுதி மலர் செலுத்த வருவாயா....

71

காலில் முள்குத்தியும் நடந்தேன் உனக்காக...
கையில் அடிபட்டும் நான் எழுதுகிறேன்
உனக்காக...

என் இதயத்தில் புண்ணாகியும் உன்னை
ரசிக்கிறேன்...

இவற்றிற்கும் மேலாக என் உயிர் உனக்காக
இருந்தால்...

நம் காதல் "ஊட்டியிலும் கோடை அனல்"
இல்லை என்றால்...

என் உயிர் சொர்க்கத்திலும் கூட இல்லை நம்
காதல் கடிதம்...

நகரத்திலும் எழுதுவேன் உனக்கு முதல்
காதல் கடிதம்

எழுதுபவன் நானாகவே இருப்பேன்...

72

அவளின்
ஒரு வார்த்தைக்கு ஏங்கி
பின் தொடர்ந்தேன்
மௌனம் சாதித்தவள்
இனிமேல் பின் தொடர்ந்தால்
செருப்பு பேசும் என்று....

❤

73

வானத்து தேவதையே நான் விண்ணுலகில் வாழ்ந்தது போதும்....

இந்த மண்ணுலகிற்கும் வந்துபார்

இதயம் என்னும் பிச்சை பாத்திரம்

ஏந்தி திரியும் என்னை கண் திறந்து பார் ஏன?

என்னுடைய பாத்திரத்தில் எந்த நேரமும்

சோகத்தையும் துன்பத்தையும் போடுகின்றார்கள்

சிலர் ஆனால் என்னுடைய பாத்திரமே

பழுதடைந்த பாத்திரம் இத்தனையும் நான் தாங்கி

செல்ல உனக்கு மகிழ்ச்சியாக இருக்கிறதா சொல்!

தேவதையே இதயம் உடைந்தால் எனக்கு

என்ன நேரிடும் என்று உனக்கு தெரியாதா?

74

சொல்லிவிடு என் அன்பே!

சொல்லாமல் கொன்று விடாதே

அள்ளிக் கொடு உன் மனதை

தள்ளி விடாதே என் மனதை

தனிமையில் வாழ்ந்தேன்....

சொந்தமென்று வந்தாய்

இது நம் உறவுகளின் சொந்தமோ....

இல்லை "பூர்வ ஜென்ம" பந்தமோ துன்பத்தில் வாழ்ந்தவனும்....

நான் தான் இன்பத்தை தந்தவளும் நீ தான் சோகத்திலும்

வெந்தவனும் நான் தான் பாசத்தில்

அனைத்தவளும் நீ தான்

உன்னை உள்ளங்கையில் தாங்கியிருப்பேன்

உன் உள்ளத்தில் ஓர் இடம் தருவாயா....

75

கண்ணே!

நான் உன்னை நேசிக்கிறேன் என்று இதை
கேட்ட நீயோ....

மௌனமாகச் சென்றாய்

மௌனம் சம்மதத்திற்கு அறிகுறி என்று

நினைத்தேன் பிறகுதான் தெரிந்தது....

உன் மௌனம் என் ‘சமாதிக்கு’

மௌன அஞ்சலி என்று....

❤

76

என் இதயமும் கல் தான்
உன்னை சிற்பமாய் செதுக்கியிருக்கும் கல்
உடைக்க சொல்லாதே ப்ளீஸ்....
நாளைக்கு நேயர் விருப்பம் கேள்
உனக்காக நான் விரும்பும் பாடல்
ஒளிபரப்ப சொல்லி இருக்கிறேன்
நீ எங்கிருந்தாலும் வாழ்க....

❤